Impressum
Verlag: BABADADA GmbH, Nedderfeld 112 , 22529 Hamburg
Geschäftsführer / Verlagsleitung: Harald Hof
Druck: Books on Demand GmbH, In de Tarpen 42, 22848 Norderstedt

Imprint
Publisher: BABADADA GmbH, Nedderfeld 112 , 22529 Hamburg, Germany
Managing Director / Publishing direction: Harald Hof
Print: Books on Demand GmbH, In de Tarpen 42, 22848 Norderstedt, Germany

škola

trường học

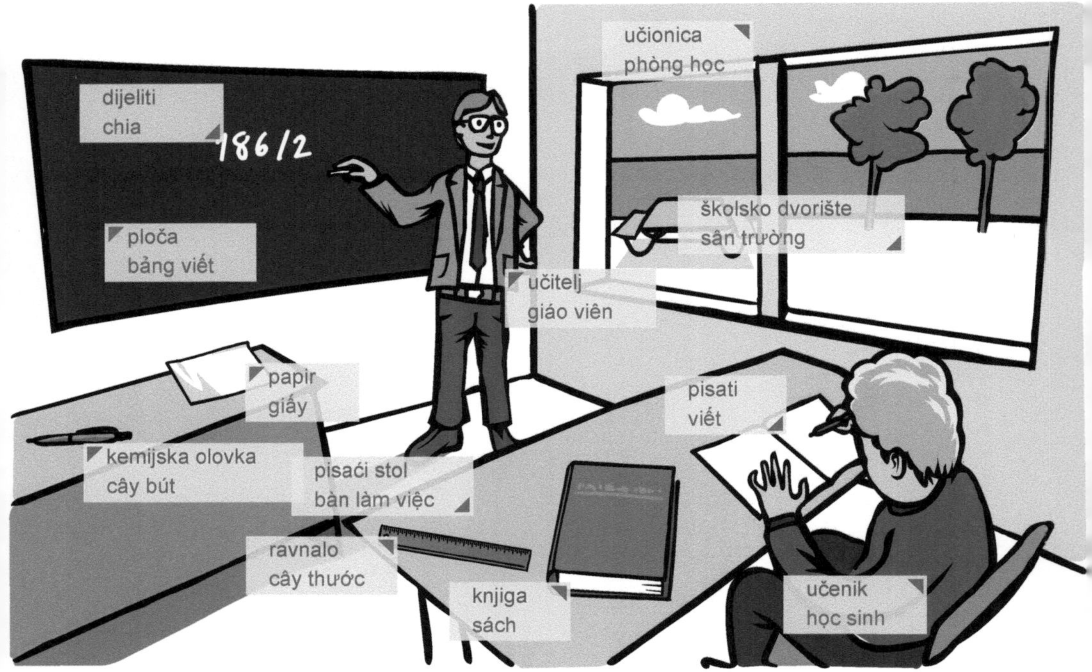

učionica
phòng học
dijeliti
chia
186/2
školsko dvorište
sân trường
ploča
bảng viết
učitelj
giáo viên
papir
giấy
pisati
viết
kemijska olovka
cây bút
pisaći stol
bàn làm việc
ravnalo
cây thước
knjiga
sách
učenik
học sinh

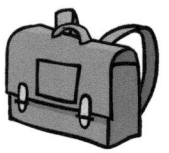

torba
cặp đeo vai học sinh

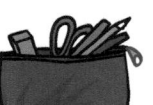

pernica
hộp đựng bút

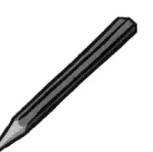

grafitna olovka
bút chì

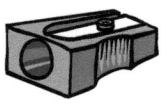

šiljilo za olovke
cái gọt bút chì

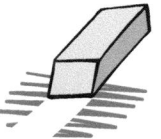

gumica za brisanje
cục tẩy

blok za crtanje
tập giấy vẽ

crtež
bản vẽ

kist
cọ vẽ

kutija s bojama
hộp mực vẽ

makaze
cây kéo

ljepilo
keo dán

bilježnica
sách bài tập

domaći zadatak
bài tập ở nhà

broj
số

sabirati
cộng

oduzimati
trừ

množiti
nhân

računati
tính toán

slovo
chữ cái

abeceda
bảng chữ cái

riječ
từ

tekst

văn bản

čitati

đọc

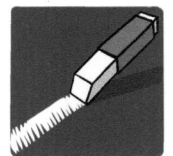

kreda

phấn viết

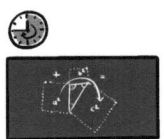

sat

bài học

dnevnik

sổ lớp

ispit

thi kiểm tra

svjedodžba

chứng chỉ

školska uniforma

đồng phục học sinh

obrazovanje

giáo dục

leksikon

từ điển bách khoa

sveučilište

đại học

mikroskop

kính hiển vi

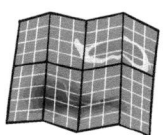

karta

bản đồ

košara za papir

thùng rác giấy

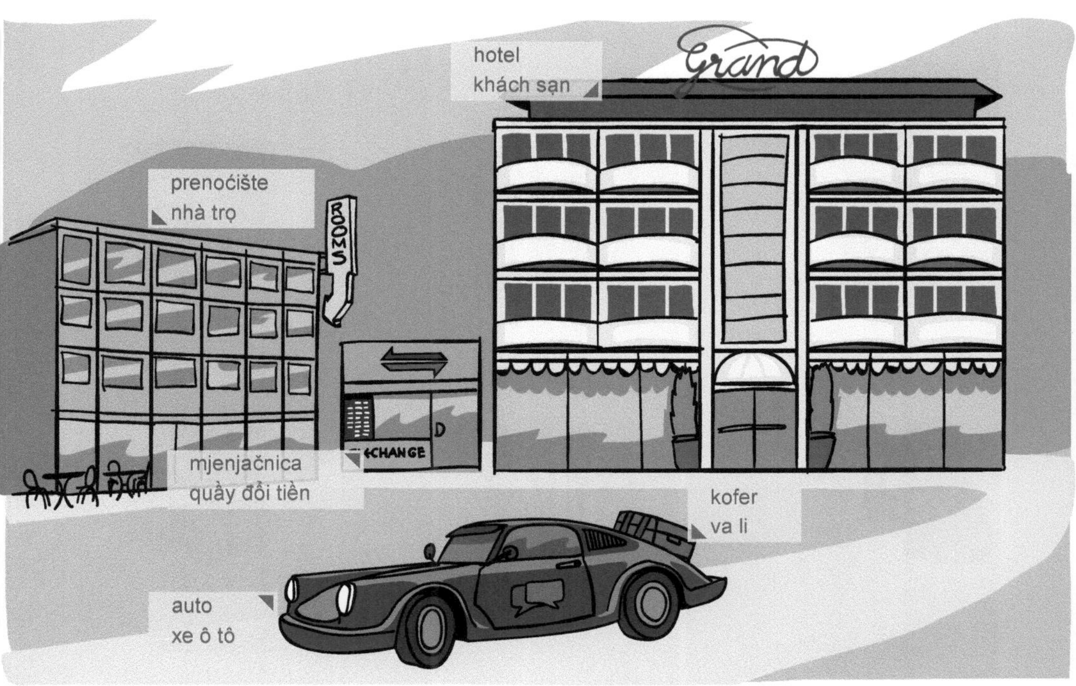
hotel
khách sạn
Grand
prenoćište
nhà trọ
ROOMS
EXCHANGE
mjenjačnica
quầy đổi tiền
kofer
va li
auto
xe ô tô

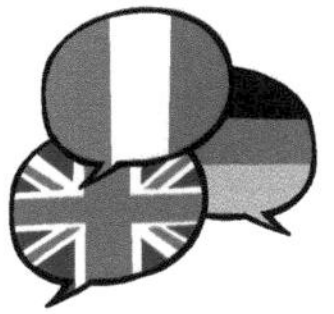

jezik

ngôn ngữ

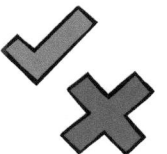

da / ne

có / không

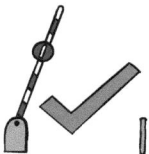

okay

ô kê

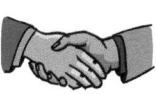

zdravo

Xin chào

prevoditelj

thông dịch viên

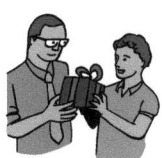

hvala

cám ơn

Koliko košta...?

... bao nhiêu tiều?

ne razumijem

tôi không hiểu

problem

vấn đề

dobro veče!

Xin chào! (buổi tối)

Dobro jutro!

xin chào! (buổi sáng)

Laku noć!

chúc ngủ ngon!

doviđenja

tạm biệt

smjer

hướng đi

prtljaga

hành lý

torba

túi xách

ruksak

túi ba lô

gost

khách

soba

phòng

vreća za spavanje

túi ngủ

šator

lều

turistička informacije

thông tin du lịch

plaža

bãi biển

kreditna kartica

thẻ tín dụng

doručak

ăn sáng

ručak

ăn trưa

večera

ăn tối

karta za vožnju

vé xe

dizalo

thang máy

poštanska markica

tem bưu điện

granica

biên giới

carina

hải quan

ambasada

đại sứ quán

viza

thị thực

putovnica

hộ chiếu

transport
vận chuyển

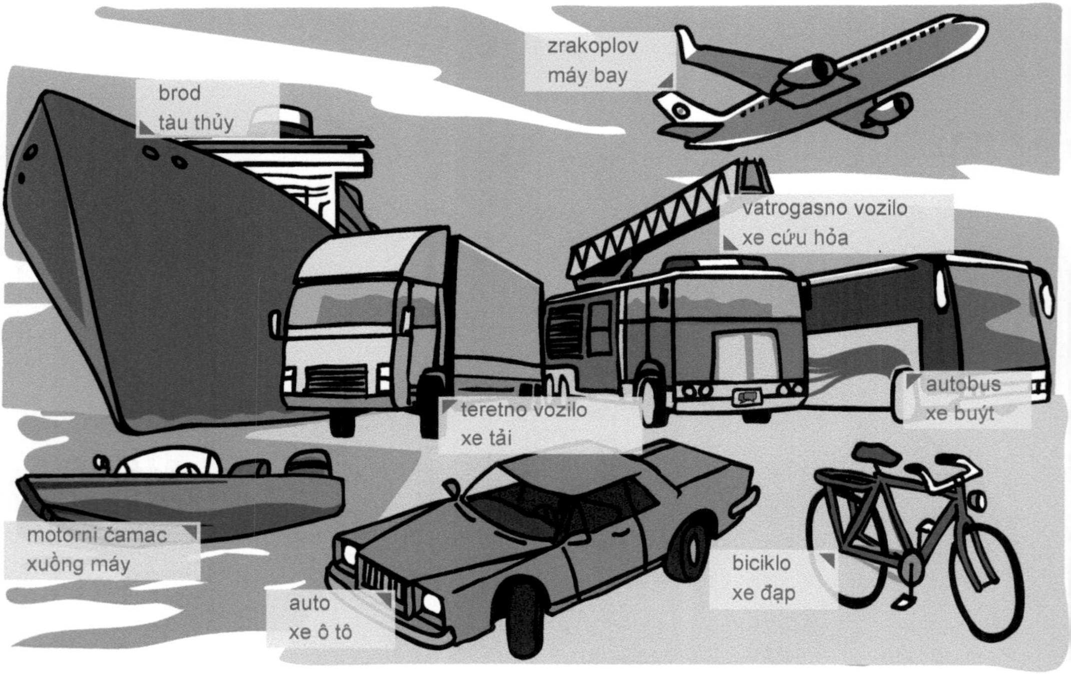
zrakoplov
máy bay
brod
tàu thủy
vatrogasno vozilo
xe cứu hỏa
autobus
xe buýt
teretno vozilo
xe tải
motorni čamac
xuồng máy
biciklo
xe đạp
auto
xe ô tô

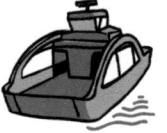

trajekt

phà

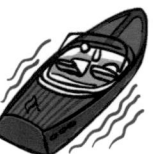

čamac

xuồng

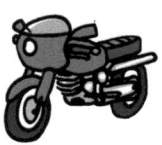

motocikl

xe máy

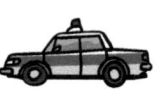

policijski auto

xe cảnh sát

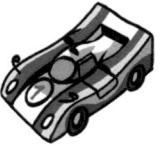

trkaći auto

xe đua

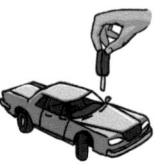

iznajmljeno auto

xe cho thuê

dijeljenje automobila

dịch vụ thuê xe tự lái

vučno vozilo

xe kéo cứu hộ

vozilo za odvoz smeća

xe rác

motor

động cơ

benzin

xăng

benzinska postaja

trạm xăng

prometni znak

biển báo giao thông

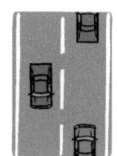

promet

giao thông

zastoj

ách tắc giao thông

parkiralište

bãi đậu xe

kolodvor

nhà ga

šine

đường ray

vlak

xe lửa

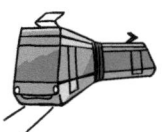

tramvaj

tàu điện

vagon

toa xe

helikopter

máy bay trực thăng

zrakoplovna luka

sân bay

toranj

tháp

putnik

hành khách

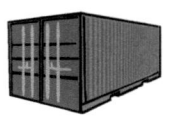

kontejner

côngtenơ

karton

thùng các-tông

kolica

xe đẩy

košara

cái giỏ

uzletjeti / sletjeti

cất cánh / hạ cánh

grad
thành phố

selo

làng

centar grada

trung tâm thành phố

kuća

nhà

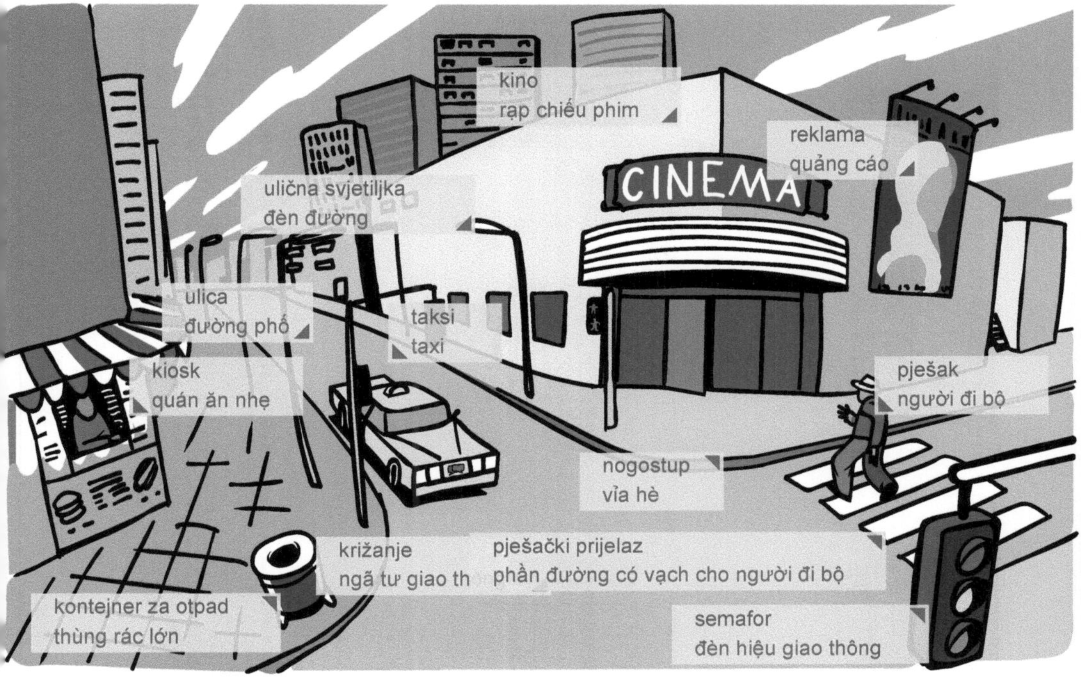

kino
rạp chiếu phim

reklama
quảng cáo

ulična svjetiljka
đèn đường

CINEMA

ulica
đường phố

taksi
taxi

pješak
người đi bộ

kiosk
quán ăn nhẹ

nogostup
vỉa hè

križanje
ngã tư giao th

pješački prijelaz
phần đường có vạch cho người đi bộ

kontejner za otpad
thùng rác lớn

semafor
đèn hiệu giao thông

koliba

nhà chòi

stan

căn hộ

kolodvor

nhà ga

vijećnica

tòa thị chính

muzej

viện bảo tàng

škola

trường học

sveučilište

đại học

banka

ngân hàng

bolnica

bệnh viện

hotel

khách sạn

ljekarna

hiệu thuốc

ured

văn phòng

knjižara

hiệu sách

prodavaonica

cửa hiệu

cvjećara

cửa hiệu bán hoa

supermarket

siêu thị

trg

chợ

robna kuća

cửa hàng bách hóa

ribarnica

người bán cá

trgovački centar

trung tâm mua bán

luka

bến cảng

park

công viên

klupa

ghế băng

most

cầu

stepenice

cầu thang

podzemna željeznica

tàu điện ngầm

tunel

đường hầm

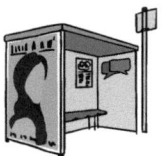

autobusna stanica

trạm xe buýt

bar

quán bar

restoran

khách sạn

poštansko sanduče

hòm thư công cộng

ulični znak

bảng hiệu đường

parkirni sat

đồng hồ đậu xe

zoološki vrt

vườn bách thú

bazen

bể bơi

džamija

nhà thờ Hồi giáo

seosko gazdinstvo

nông trại

zagađenje okoliša

ô nhiễm môi trường

groblje

nghĩa trang

crkva

nhà thờ

igralište

sân chơi

hram

ngôi đền

krajolik
phong cảnh

list
lá cây

putokaz
bảng chỉ đường

put
lối đi

livada
bãi cỏ

kamen
hòn đá

drvo
cây

šetač
người đi bộ đường dài

rijeka
sông

trava
cỏ

cvijet
bông hoa

dolina

thung lũng

planina

đồi

jezero

hồ nước

šuma

rừng

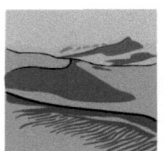

pustinja

sa mạc

vulkan

núi lửa

dvorac

lâu đài

duga

cầu vồng

gljiva

nấm

palma

cây cọ

moskito

con muỗi

muha

con ruồi

mrav

con kiến

pčela

con ong

pauk

con nhện

buba

bọ cánh cứng

žaba

con ếch

vjeverica

con sóc

jež

con nhím

zec

con thỏ

sova

con cú

ptica

con chim

labud

thiên nga

divlja svinja

heo rừng

jelen

con hươu

los

nai sừng tấm

nasip

đê

vjetrenjača

tuabin gió

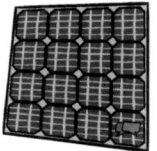

solarna ploča

tấm năng lượng mặt trời

klima

khí hậu

konobar
bồi bàn

jelovnik
thực đơn

stolica
ghế

supa
súp

pica
bánh pizza

pribor za jelo
bộ dao nĩa ăn

stolnjak
khăn trải bàn

predjelo
món ăn khai vị

glavno jelo
món ăn chính

desert
món tráng miệng

napitci
thức uống

jelo
thức ăn

boca
cái chai

fastfood

thức ăn nhanh

imbis hrana

thức ăn đường phố

čajnik

ấm trà

doza za šećer

hộp đường

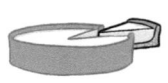

porcija

khẩu phần

aparat za espresso

máy pha espresso

visoka stolica

ghế cao

račun

hóa đơn

pladanj

khay

nož

dao

vilica

nĩa

žlica

thìa

čajna žlica

thìa uống trà

ubrus

khăn ăn

čaša

cốc thủy tinh

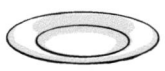

tanjur

đĩa

tanjur za supu

đĩa súp

tanjurić

đĩa lót cốc

sos

nước sốt

soljenka

lọ muối

mlin za biber

cái xay tiêu

ocat

giấm

ulje

dầu

začini

gia vị

kečap

nước xốt cà chua

senf

tương hạt cải

majoneza

nước sốt mayonnaise

supermarket

siêu thị

ponuda
chào giá đặc biệt
FOR
kupac
khách hàng
mliječni proizvodi
sản phẩm từ sữa
voće
trái cây
kolica za kupnju
xe đẩy mua sắm

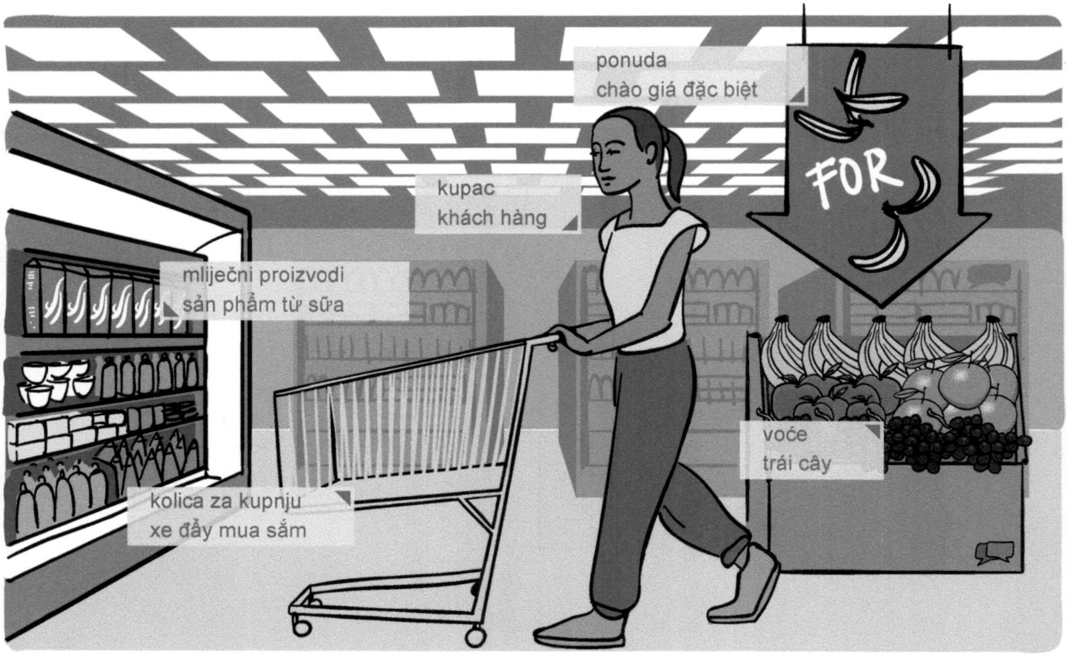

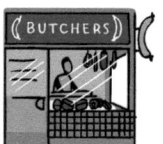

BUTCHERS

mesnica

lò mổ

BAKERY

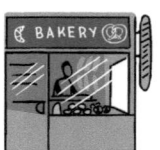

pekarnica

cửa hiệu bán bánh mì

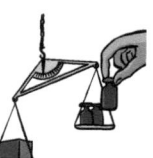

vagati

cân nặng

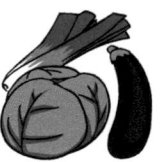

povrće

rau quả

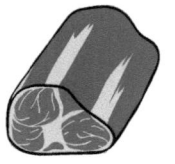

meso

thịt

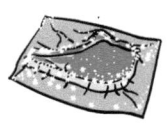

duboko smrznuta hrana

thức ăn đông lạnh

narezak

lát thịt nguội

konzerve

đồ hộp

sredstvo za pranje

bột giặt

slatkiši

đồ ngọt

artikli za domaćinstvo

sản phẩm dùng trong gia đình

sredstva za čišćenje

chất tẩy rửa

prodavačica

người bán hàng

blagajna

quầy trả tiền

blagajnik

nhân viên thu ngân

lista za kupnju

danh sách mua sắm

vrijeme rada

giờ mở cửa

novčanik

ví tiền

kreditna kartica

thẻ tín dụng

torba

túi đeo

plastična vrećica

túi ny lông

napitci

thức uống

voda

nước

sok

nước quả ép

mlijeko

sữa

cola

coca-cola

vino

rượu vang

pivo

bia

alkohol

cồn

kakao

cacao

čaj

trà

kava

cà phê

espresso

espresso

cappuccino

cappuccino

banana

chuối

jabuka

quả táo

naranča

quả cam

lubenica

dưa hấu

limun

chanh

mrkva

cà rốt

češnjak

tỏi

bambus

tre

luk

củ hành

gljiva

nấm

orašasti plodovi

hạt dẻ

rezanci

mì

špagete

mì spaghetti

riža

cơm

salata

xà lách

pomfrit

khoai tây chiên

pečeni krumpir

khoai tây chiên

pica

bánh pizza

hamburger

bánh hamburger

sendvič

bánh mì sandwich

šnicla

thịt côtlet

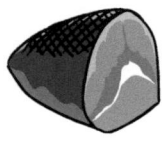

pršut

thịt giăm bông

salama

xúc xích

kobasica

dồi

kokoš

gà

pečenje

rán

riba

cá

zobene pahuljice

cháo yến mạch

musli

cháo muesli

kukuruzne pahuljice

bánh bột ngô nướng

brašno

bột mì

roščić

bánh sừng bò

pecivo

bánh mì

kruh

bánh mì

toast

bánh mì nướng

keksi

bánh bích quy

maslac

bơ

svježi sir

sữa đông

kolač

bánh ngọt

jaje

trứng

jaje na oko

trứng rán

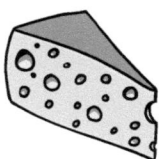

sir

pho mát

sladoled

kem

šećer

đường

med

mật ong

marmelada

mứt

nugat krema

kem nougat

curry

cà ri

seosko gazdinstvo
nông trại

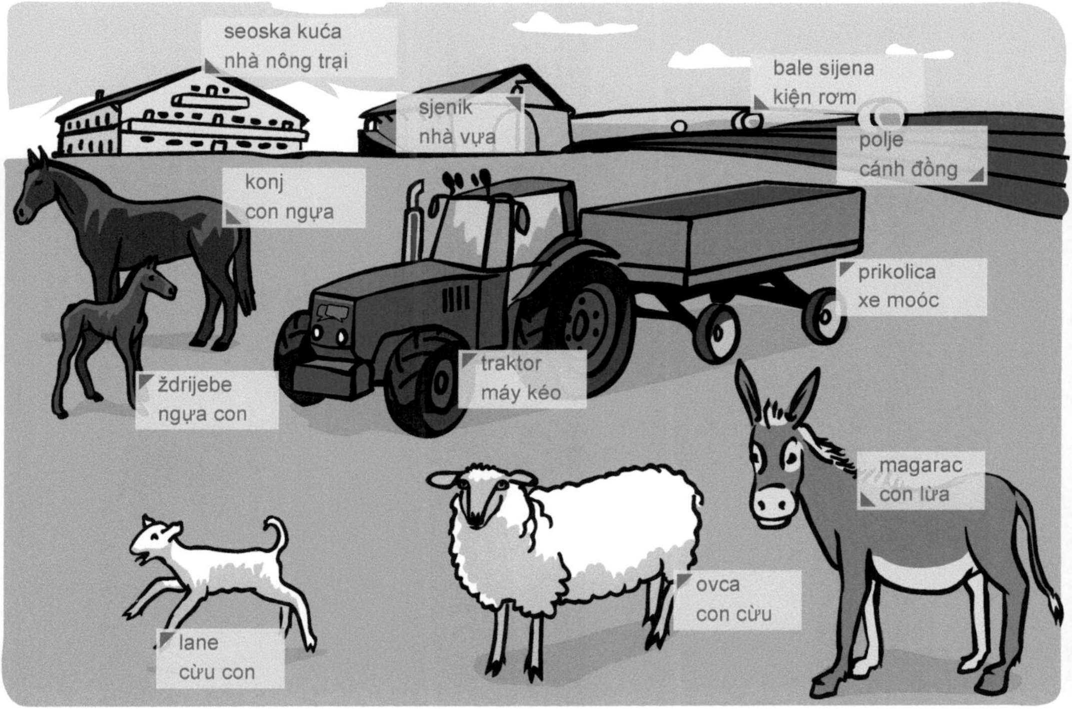

seoska kuća
nhà nông trại
bale sijena
kiện rơm
sjenik
nhà vựa
polje
cánh đồng
konj
con ngựa
prikolica
xe moóc
traktor
máy kéo
ždrijebe
ngựa con
magarac
con lừa
ovca
con cừu
lane
cừu con

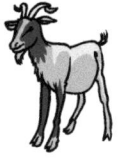

koza

con dê

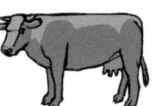

krava

con bò

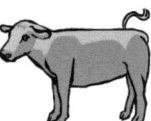

tele

con bê

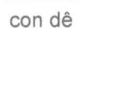

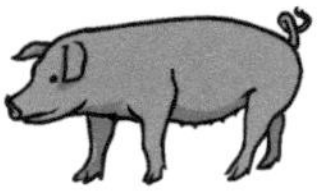

svinja

con lợn

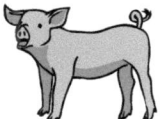

prase

lợn con

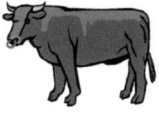

bik

bò đực

guska

con ngỗng

patka

con vịt

pilići

gà con

kokoš

gà mái

pijetao

gà trống

pacov

con chuột

mačka

mèo

miš

chuột nhắt

vol

bò đực

pas

con chó

kućica za psa

nhà chuồng chó

vrtno crijevo

ống tưới vườn cây

kanta za polijevanje

thùng tưới cây

kosa

lưỡi hái

plug

cái cày

srp

cái liềm

motika

cái cuốc

vilica za gnojivo

cái chĩa

sjekira

cái rìu

tačke

xe cút kít

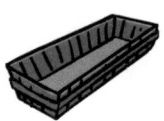

korito

máng ăn

posuda za mlijeko

lọ sữa

vreća

bao tải

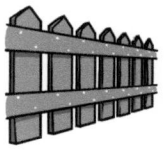

ograda

hàng rào

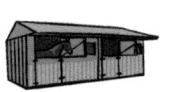

štala

chuồng

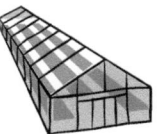

staklenik

nhà kính trồng cây

zemlja

đất trồng

sjeme

hạt giống

gnojivo

phân bón

kombajn

máy gặt đập liên hợp

žanjati

thu hoạch

žetva

mùa thu hoạch

yams začin

khoai lang

pšenica

lúa mì

soja

đậu nành

krumpir

khoai tây

kukuruz

ngô

uljana repica

hạt cải dầu

voćka

cây ăn trái

gomolj manioke

sắn

žitarice

ngũ cốc

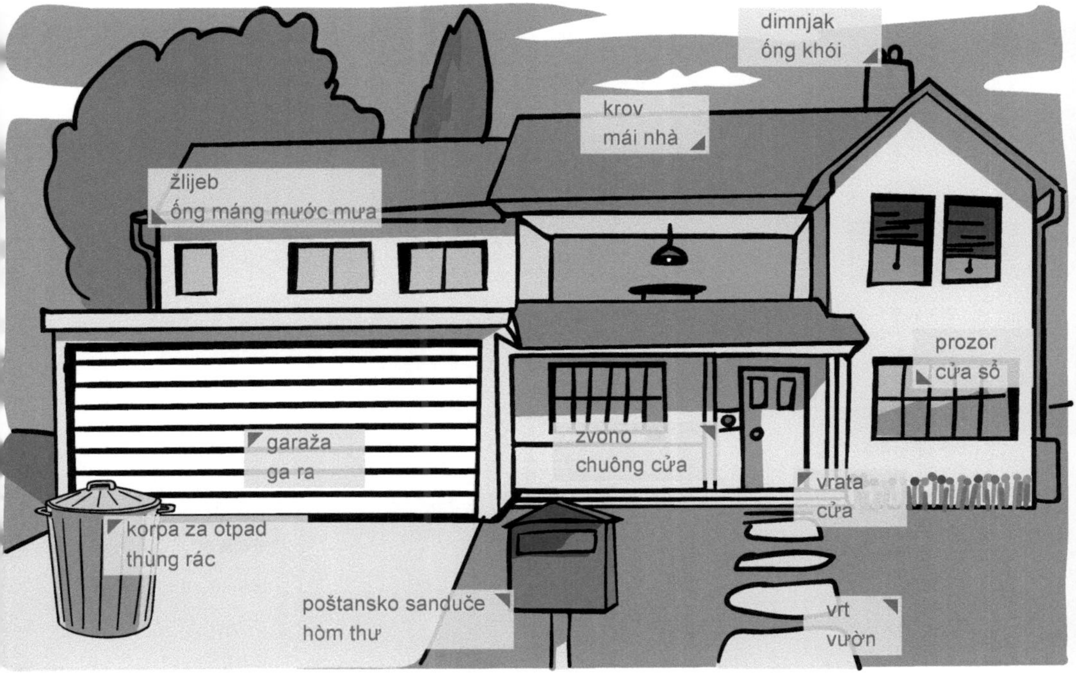

dimnjak
ống khói

krov
mái nhà

žlijeb
ống máng nước mưa

prozor
cửa sổ

garaža
ga ra

zvono
chuông cửa

vrata
cửa

korpa za otpad
thùng rác

poštansko sanduče
hòm thư

vrt
vườn

dnevna soba
phòng khách

kupaonica
phòng tắm

kuhinja
bếp

spavaća soba
phòng ngủ

dječija soba
phòng trẻ em

trpezarija
phòng ăn

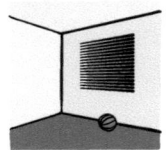

pod

nền nhà

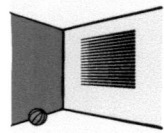

zid

tường

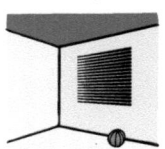

strop

trần nhà

podrum

tầng hầm

sauna

tắm hơi

balkon

ban công

terasa

sân hiên

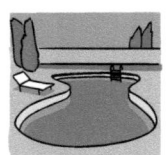

bazen

bể bơi

kosilica za travu

máy cắt cỏ

posteljina za krevet

khăn trải giường

deka za krevet

khăn trải giường

krevet

giường

metla

chổi

kanta

cái xô

sklopka

công tắc điện

kuća - nhà

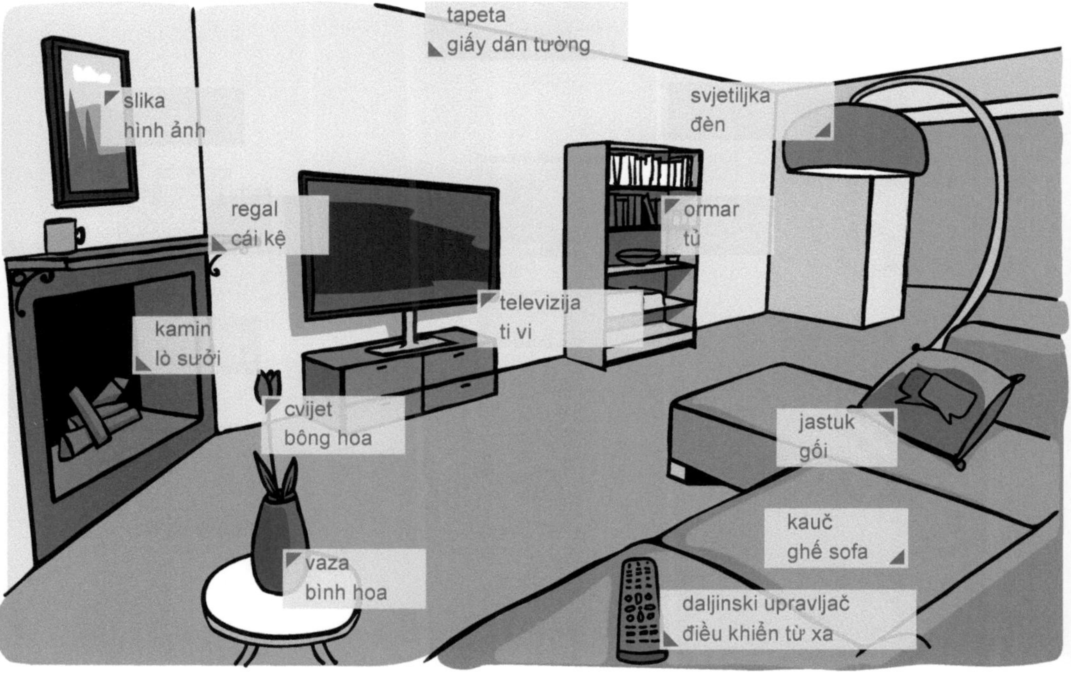

tapeta
giấy dán tường

slika
hình ảnh

svjetiljka
đèn

regal
cái kệ

ormar
tủ

kamin
lò sưởi

televizija
ti vi

cvijet
bông hoa

jastuk
gối

kauč
ghế sofa

vaza
bình hoa

daljinski upravljač
điều khiển từ xa

tepih
thảm

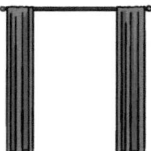

zavjesa
rèm

stol
cái bàn

stolica
ghế

stolica za njihanje
ghế bập bênh

fotelja
ghế bành

knjiga

sách

deka

cái chăn

dekoracija

đồ trang trí

drvo za ogrjev

củi

film

phim

stereo uređaj

máy hi-fi

ključ

chìa khóa

novine

báo

slika na platnu

bức tranh

poster

áp phích

radio

radio

blok za pisanje

sổ ghi chép

usisavač

máy hút bụi

kaktus

cây xương rồng

svijeća

cây nến

dnevna soba - phòng khách

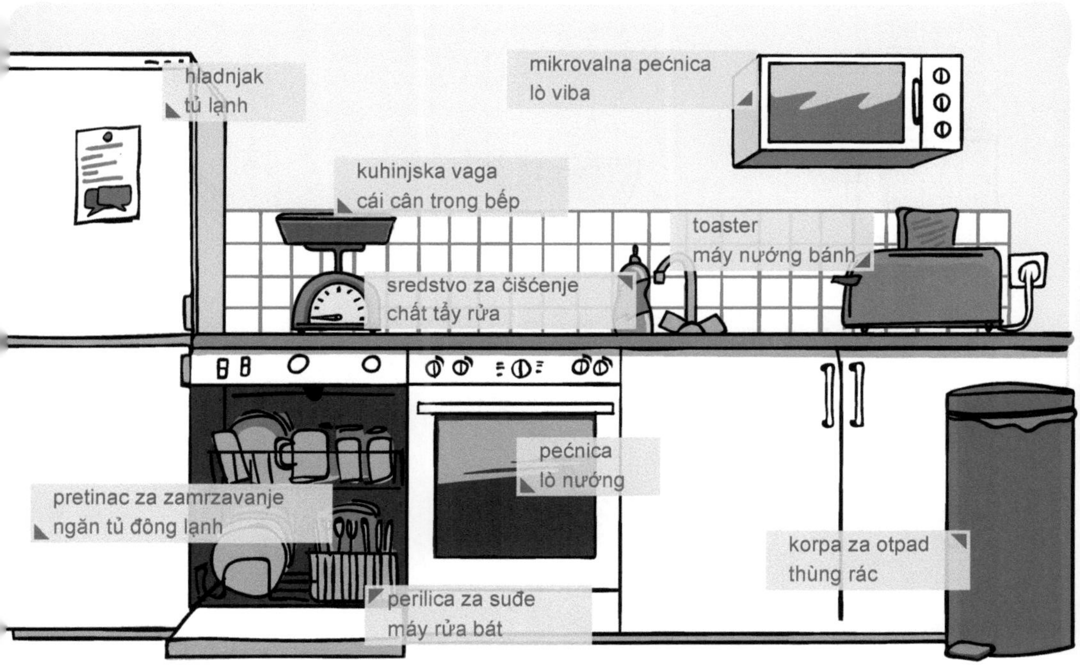

hladnjak
tủ lạnh

mikrovalna pećnica
lò viba

kuhinjska vaga
cái cân trong bếp

toaster
máy nướng bánh

sredstvo za čišćenje
chất tẩy rửa

pećnica
lò nướng

pretinac za zamrzavanje
ngăn tủ đông lạnh

korpa za otpad
thùng rác

perilica za suđe
máy rửa bát

štednjak
lò nấu

lonac
nồi

željezni lonac
nồi sắt

wok / kadai
chảo

tava
chảo

kuhalo za vodu
ấm đun nước

kuhalo na paru

nồi đun hơi

lim za pečenje

khay lò nướng

posuđe

bát đĩa

čaša

cốc

zdjela

cái bát

štapići za jelo

đũa

kutljača

cái vá

lopatica

bàn xẻng

pjenjača

que đánh kem

sito za kuhanje

rây dùng trong bếp

sito

cái rây lọc

ribež

cái nạo

mužar

vữa

roštilj

vỉ nướng

ognjište

ngọn lửa trần

daska

cái thớt

oklagija

trục cán bột

vadičep

cái mở nút chai

konzerva

vỏ đồ hộp

otvarač konzervi

cái mở vỏ đồ hộp

krpa za lonac

miếng nhấc nồi

sudoper

bồn rửa bát

četka

bàn chải

spužva

miếng xốp

mikser

máy xay

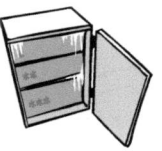

zamrzivač

tủ đông lạnh

bočica za bebe

bình sữa cho trẻ sơ sinh

slavina za vodu

vòi nước

kupaonica
phòng tắm

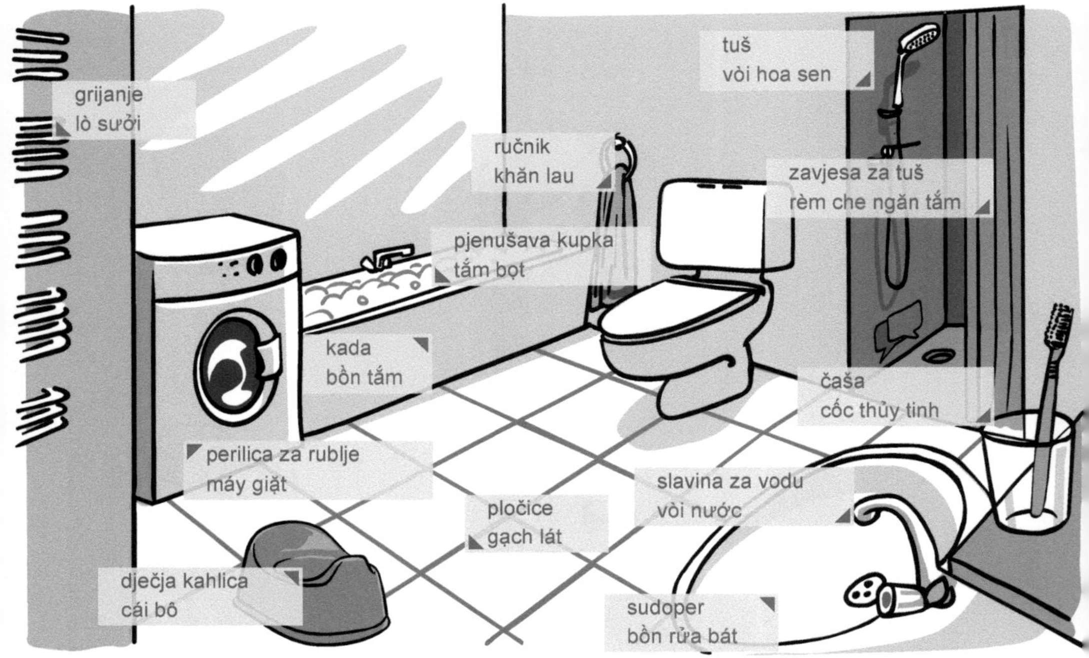

tuš
vòi hoa sen
grijanje
lò sưởi
ručnik
khăn lau
zavjesa za tuš
rèm che ngăn tắm
pjenušava kupka
tắm bọt
kada
bồn tắm
čaša
cốc thủy tinh
perilica za rublje
máy giặt
slavina za vodu
vòi nước
pločice
gạch lát
dječja kahlica
cái bô
sudoper
bồn rửa bát

toalet

bồn cầu

čučavac

bồn cầu ngồi xổm

bidet

bồn rửa hậu môn

pisoar

bồn tiểu tiện

papir za toalet

giấy vệ sinh

četka za toalet

bàn chải cọ bồn cầu

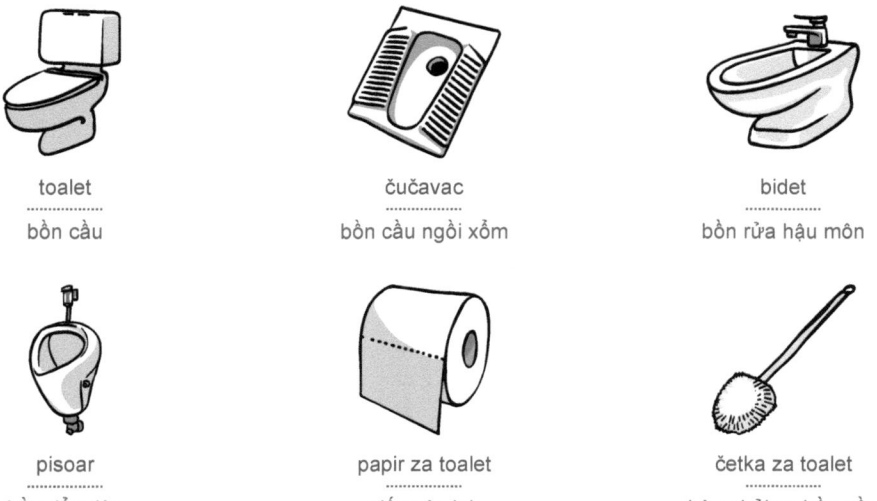

četkica za zube

bàn chải đánh răng

pasta za zube

kem đánh răng

konac za zube

chỉ nha khoa

prati

rửa

tuš ručica

vòi sen cầm tay

tuš za pranje intimnih dijelova

vòi rửa hậu môn

lavor

bồn rửa

četka za pranje leđa

bàn chải cọ lưng

sapun

xà phòng

gel za tuširanje

sữa tắm

šampon

dầu gội

krpa za pranje

khăn cọ để tắm

odvod

lỗ thoát nước

krema

kem

dezodorans

chất khử mùi

kupaonica - phòng tắm

ogledalo

gương

kozmetičko ogledalo

gương tay

brijač

dao cạo râu

pjena za brijanje

kem cạo râu

losion za poslije brijanja

nước thơm dùng sau khi
cạo râu

češalj

cái lược

četka

bàn chải

sušilo za kosu

máy xấy tóc

sprej za kosu

keo xịt tóc

makeup

đồ trang điểm

ruž za usne

thỏi son môi

lak za nokte

sơn bôi móng

vata

bông

škare za nokte

kéo cắt móng

parfem

nước hoa

neseser

túi đựng đồ tắm

stolica

ghế đẩu

vaga

cái cân

ogrtač

áo choàng tắm

rukavice za čišćenje

găng tay làm vệ sinh

tampon

nút gạc

uložak

băng vệ sinh

kemijski toalet

nhà vệ sinh hóa chất

dječija soba
phòng trẻ em

budilnik
đồng hồ báo thức
plišana igračka
thú bông
auto igračka
xe đồ chơi
zvečka
cái lúc lắc
kućica za lutke
nhà búp bê
poklon
món quà

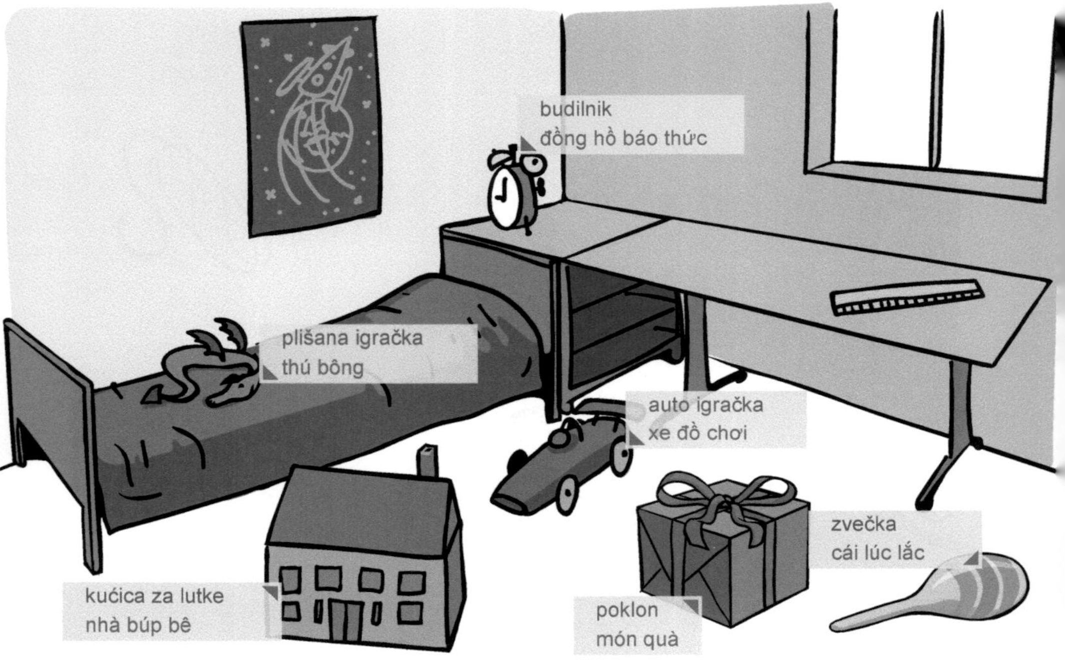

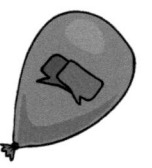

balon

bong bóng

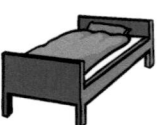

krevet

giường

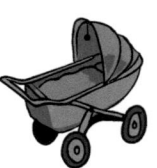

dječija kolica

xe nôi

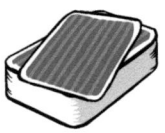

igra s kartama

trò chơi bài

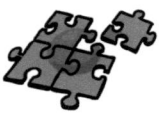

slagalica

trò chơi ghép hình

SUPER
MEGA

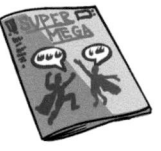

strip

truyện tranh

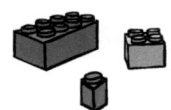

lego kockice

gạch Lego

kockice za slaganje

khối xếp hình

akcioni junak

nhân vật hành động

kombinezon za bebe

áo liền quần cho trẻ sơ sinh

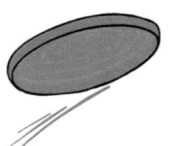

frizbi

đĩa nhựa để ném

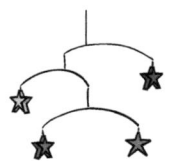

viseće igračke

đồ chơi treo trên giường

društvene igre

trò chơi cờ bàn

kocka

xúc xắc

minijaturna željeznica

đồ chơi xe lửa mô hình

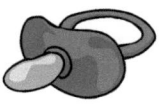

duda

ti giả

tulum

buổi tiệc

slikovnica

sách tranh

lopta

quả bóng

lutka

búp bê

igrati

chơi

pješčanik

hố cát

ljuljačka

cái đu

igračka

đồ chơi

konzola za igre

máy chơi game cầm tay

tricikl

xe ba bánh

plišani medo

gấu bông

ormar

tủ quần áo

odjeća
y phục

kratke čarape

bít tất

čarape

bít tất dài

hulahopke

quần tất

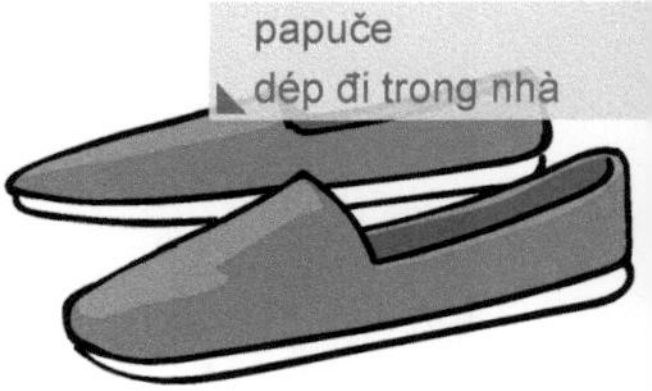

šal
khăn choàng cổ

kišobran
ô che mưa

t-shirt
áp phông

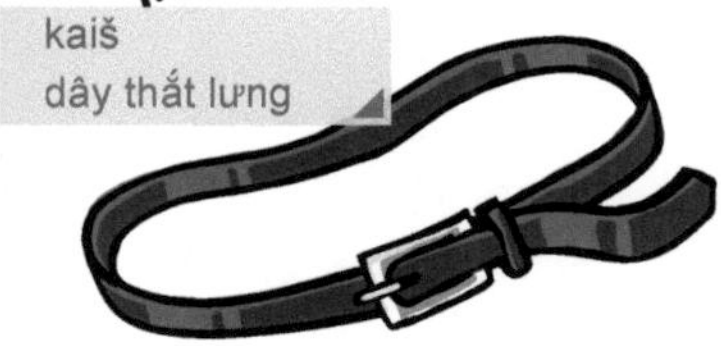

kaiš
dây thắt lưng

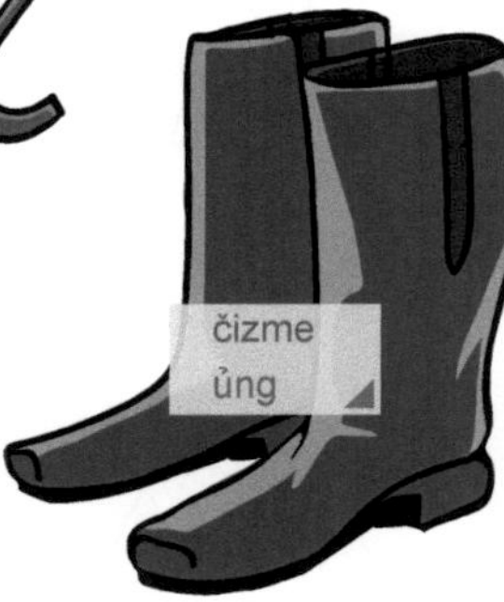

čizme
ủng

papuče
dép đi trong nhà

patike
giày sneaker

sandale

dép xăng đan

cipele

giày

gumene čizme

ủng cao su

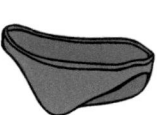

gaćice

quần lót

grudnjak

áo ngực

potkošulja

áo vest

bodi
áo ôm sát cơ thể

hlače
quần dài

džins
quần bò

haljina
váy

bluza
áo cánh

košulja
áo sơ mi

džemper
áo len chui đầu

pulover s kapuljačom
áo len

blejzer
áo blazer

jakna
áo jacket

kaput
áo khoác

kabanica
áo mưa

kostim
trang phục

haljina
áo váy

vjenčanica
áo cưới

odijelo

bộ com lê

spavaćica

áo ngủ

pidžama

pijama

sari

trang phục sari

rubac

khăn trùm đầu

turban

khăn đội đầu

burka

áo burka

kaftan

áo captan

abaja

áo aba

kupaći kostim

quần áo bơi

kupaće gaćice

quần bơi

kratke hlače

quần đùi

odjeća za trening

quần áo tracksuit

pregača

tạp dề

rukavice

găng tay

gumb

cái cúc

naočale

kính mắt

narukvica

vòng đeo tay

ogrlica

vòng cổ

prsten

nhẫn

naušnica

hoa tai

kapa

mũ lưỡi trai

vješalica

cái mắc treo áo quần

šešir

mũ

kravata

cà vạt

patent zatvarač

dây kéo phéc mơ tuya

kaciga

mũ bảo hiểm

naramenice

dây đeo quần

školska uniforma

đồng phục học sinh

uniforma

đồng phục

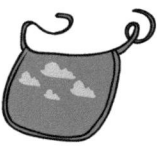

podbradak

yếm trẻ em

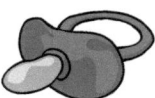

duda

ti giả

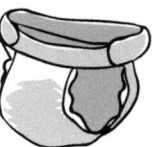

pelena

tã lót

ured
văn phòng

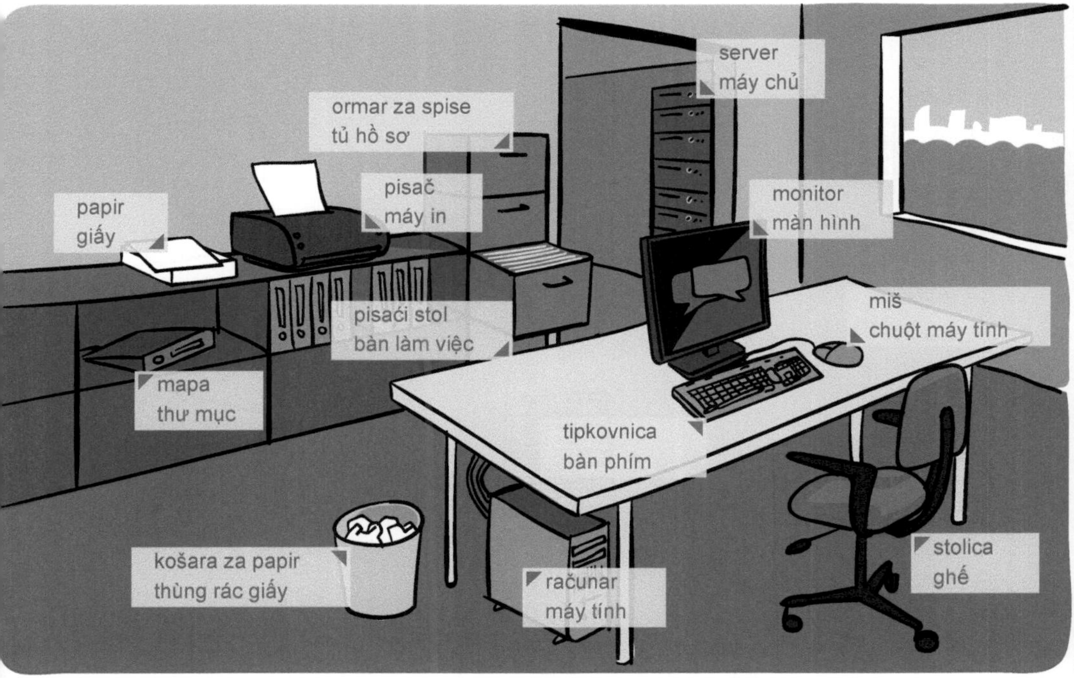

server
máy chủ
ormar za spise
tủ hồ sơ
pisač
máy in
papir
giấy
monitor
màn hình
miš
chuột máy tính
pisaći stol
bàn làm việc
mapa
thư mục
tipkovnica
bàn phím
košara za papir
thùng rác giấy
računar
máy tính
stolica
ghế

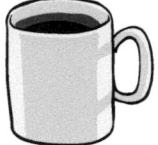

šalica za kavu

cốc cà phê

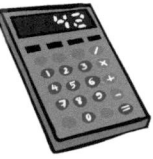

kalkulator

máy tính bỏ túi

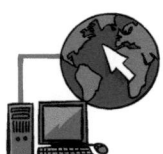

internet

internet

laptop

laptop

pismo

thư

poruka

tin nhắn

mobilni telefon

điện thoại di động

mreža

mạng

uređaj za kopiranje

máy photocopy

softver

phần mềm

telefon

điện thoại

utičnica

ổ cắm điện

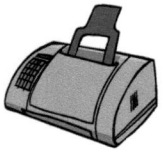

faks

máy fax

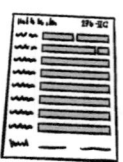

obrazac

mẫu đơn

dokument

chứng từ

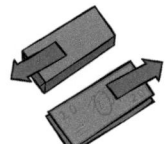

kupovati

mua

platiti

trả tiền

trgovati

buôn bán

novac

tiền

dolar

đô la

euro

Euro

jen

yên

rubalj

rúp

švicarski franak

franc Thụy Sĩ

renmindbi yuan

nhân dân tệ

rupija

rupi

automat za novac

máy rút tiền tự động

mjenjačnica

quầy đổi tiền

zlato

vàng

srebro

bạc

nafta

dầu

energija

năng lượng

cijena

giá tiền

ugovor

hợp đồng

porez

thuế

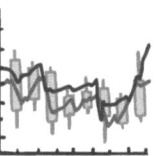

dionica

cổ phiếu

raditi

làm việc

službenik

nhân viên

poslodavac

chủ lao động

tvornica

nhà máy

prodavaonica

cửa hiệu

zanimanja
nghề nghiệp

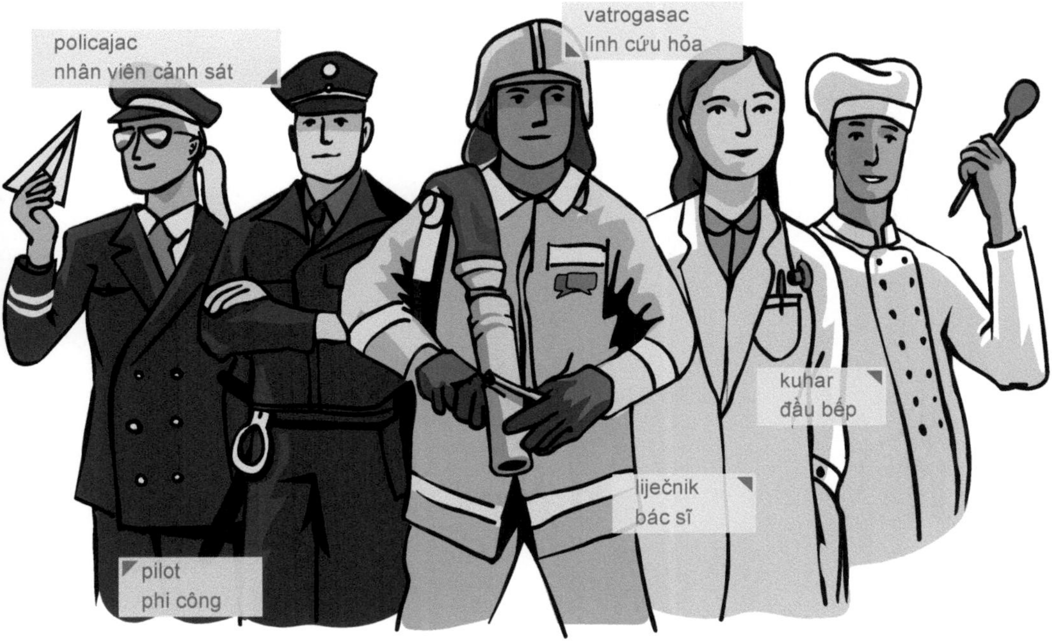
policajac
nhân viên cảnh sát
vatrogasac
lính cứu hỏa
kuhar
đầu bếp
liječnik
bác sĩ
pilot
phi công

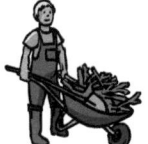

vrtlar

người làm vườn

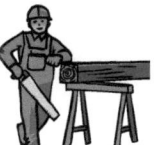

stolar

thợ mộc

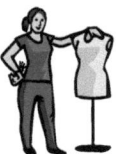

krojačica

thợ may

sudija

chánh án

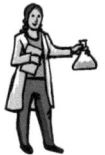

kemičar

nhà hóa học

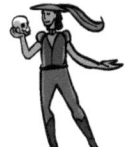

glumac

diễn viên

vozač autobusa

tài xế xe buýt

vozač taksija

người lái taxi

ribar

ngư dân

čistačica

người lau dọn vệ sinh

krovopokrivač

thợ lợp mái nhà

konobar

bồi bàn

lovac

thợ săn

slikar

họa sĩ

pekar

thợ làm bánh

električar

thợ điện

građevinski radnik

thợ xây dựng

inženjer

kỹ sư

mesar

người hàng thịt

limar

thợ sửa ống nước

poštar

người đưa thư

vojnik

người lính

arhitekta

kiến trúc sư

blagajnik

nhân viên thu ngân

cvjećar

người bán hoa

frizer

thợ cắt tóc

kondukter

nhân viên soát vé

mehaničar

thợ cơ khí

kapetan

thuyền trưởng

zubar

nha sĩ

znanstvenik

nhà khoa học

rabi

giáo sĩ Do thái

imam

lãnh tụ Hồi giáo

monah

nhà sư

svećenik

mục sư

alati
dụng cụ

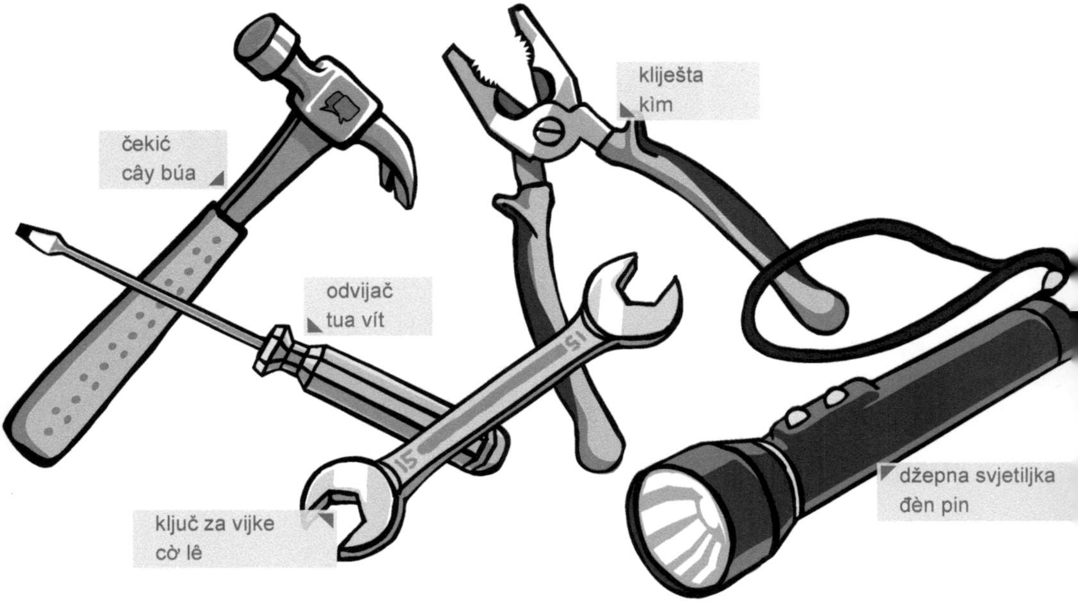
čekić
cây búa
kliješta
kìm
odvijač
tua vít
ključ za vijke
cờ lê
džepna svjetiljka
đèn pin

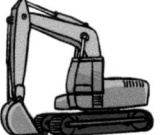

rovokopač

máy xúc đất

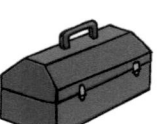

kutija za alat

hộp dụng cụ

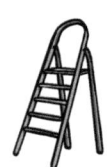

ljestve

cái thang

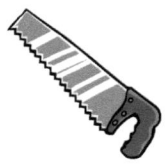

pila

cưa

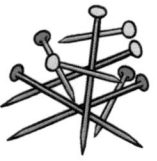

ekser

đinh

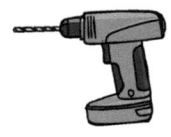

bušilica

máy khoan

popraviti

sửa chữa

lopata

cái xẻng

Sranje!

khốn nạn!

lopatica

cái hót rác

lonac za boju

thùng sơn

vijci

vít

glazbeni instrument
nhạc cụ

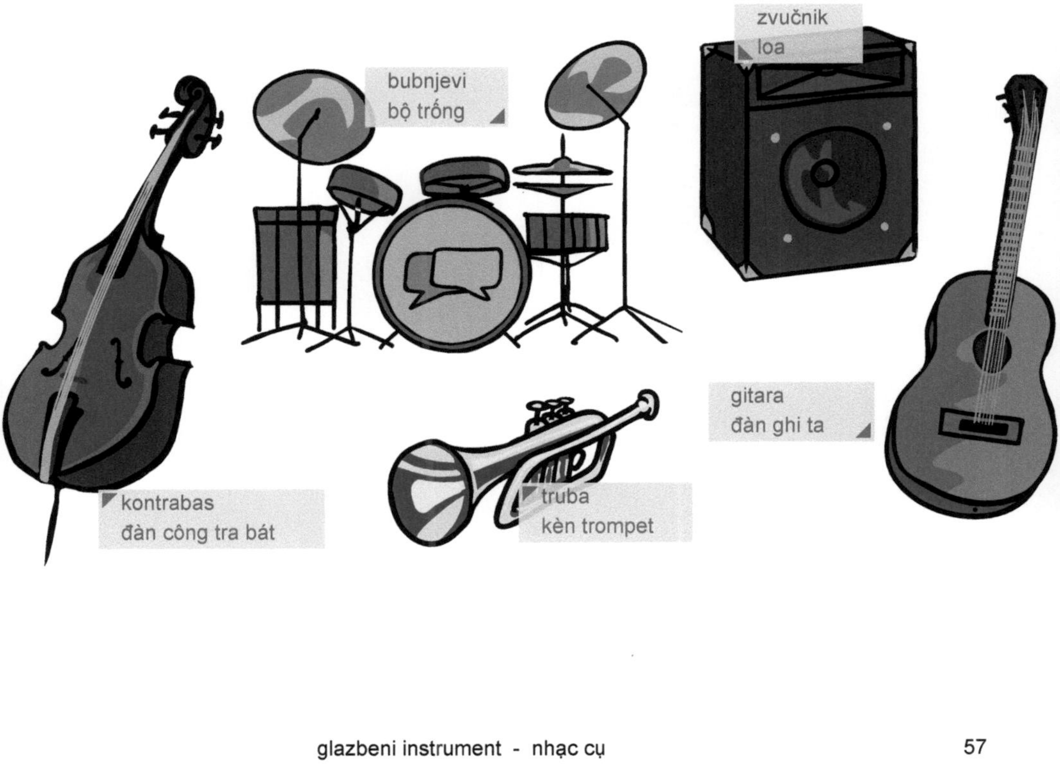

zvučnik
loa

bubnjevi
bộ trống

gitara
đàn ghi ta

kontrabas
đàn công tra bát

truba
kèn trompet

klavir

đàn piano

violina

đàn vĩ cầm

bas

ghi ta bass

timpani

trống định âm

udaraljke za bubnjeve

trống

keyboard

đàn organ

saksofon

kèn Saxophone

flauta

sáo

mikrofon

micro

tigar
con cọp

ulaz
lối vào

kavez
lồng

zebra
ngựa vằn

hrana za životinje
thức ăn gia súc

panda
gấu trúc

životinje

động vật

slon

con voi

kengur

chuột túi

nosorog

tê giác

gorila

khỉ đột

medvjed

con gấu

kamila

lạc đà

noj

đà điểu

lav

sư tử

majmun

con khỉ

flamingo

hồng hạc

papagaj

con vẹt

polarni medvjed

gấu bắc cực

pingvin

chim cánh cụt

ajkula

cá mập

paun

con công

zmija

con rắn

krokodil

cá sấu

čuvar u zoološkom vrtu

người trông giữ vườn bách
thú

tuljan

hải cẩu

jaguar

báo đốm

poni

ngựa lùn

leopard

con báo

nilski konj

hà mã

žirafa

hươu cao cổ

orao

đại bàng

divlja svinja

heo rừng

riba

cá

kornjača

con rùa

morž

hải mã

lisica

con cáo

gazela

linh dương

američki nogomet
bóng bầu dục Mỹ

biciklizam
đua xe đạp

tenis
quần vợt

košarka
bóng rổ

plivanje
bơi

boks
đấm bốc

hockey na ledu
khúc côn cầu trên băng

nogomet
bóng đá

badminton
cầu lông

atletika
điền kinh

rukomet
bóng ném

skijanje
trượt tuyết

polo
polo

aktivnosti
các hoạt động

skočiti
nhảy
zagrliti
ôm
smijati se
cười
ići
đi bộ
pjevati
ca hát
sanjati
mơ
moliti se
cầu nguyện
poljubiti
hôn

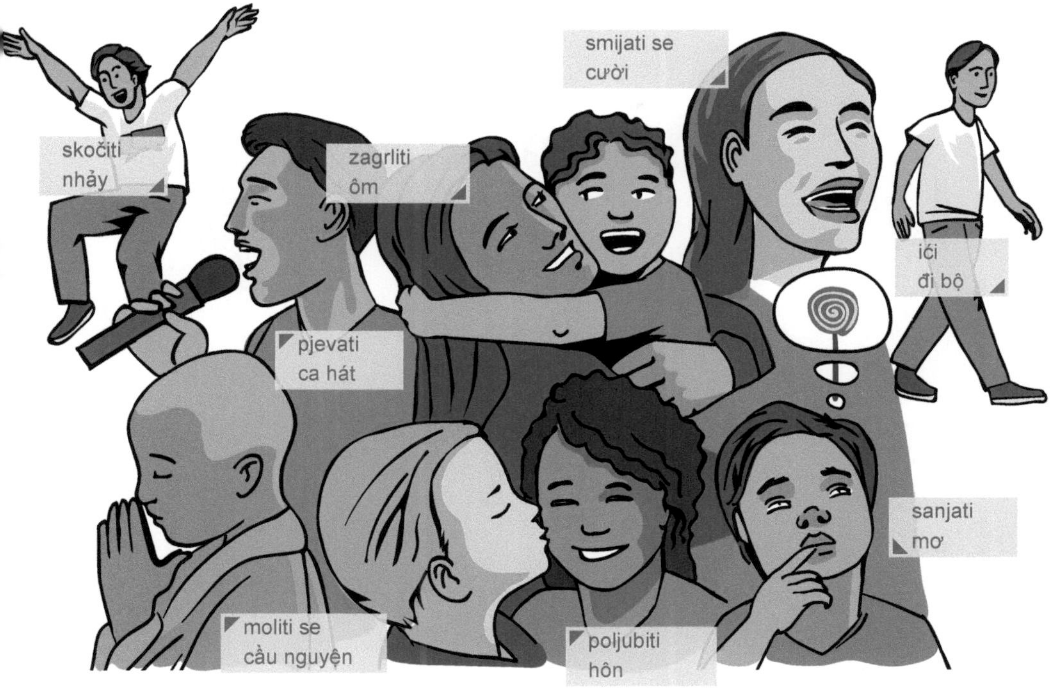

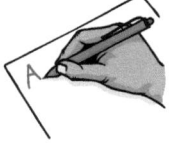

pisati
viết

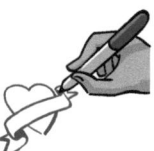

crtati
vẽ

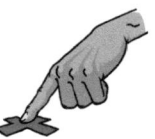

pokazati
chỉ trỏ

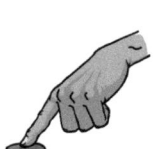

gurati
đẩy

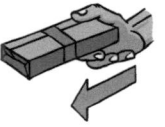

dati
cho

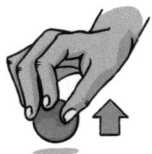

uzeti
lấy đi

imati

có

činiti

làm

biti

thì / là

stojati

đứng

trčati

chạy

povlačiti

kéo

baciti

ném

padati

rơi

ležati

nằm

čekati

chờ đợi

nositi

mang vác

sjediti

ngồi

oblačiti

mặc quần áo

spavati

ngủ

probuditi se

thức dậy

gledati

xem

plakati

khóc

milovati

vuốt ve

češljati

chải

govoriti

nói chuyện

razumjeti

hiểu

pitati

câu hỏi

slušati

nghe

piti

uống

jesti

ăn

pospremiti

dọn dẹp

voljeti

yêu

kuhati

nấu nướng

voziti

lái xe

letjeti

bay

ploviti

đi thuyền buồm

računati

tính toán

čitati

đọc

učiti

học

raditi

làm việc

vjenčati se

cưới

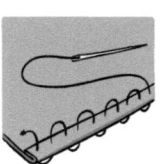

šiti

khâu vá

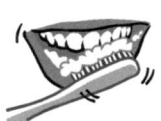

prati zube

đánh răng

ubiti

giết

pušiti

hút thuốc

poslati

gửi đi

obitelj
gia đình

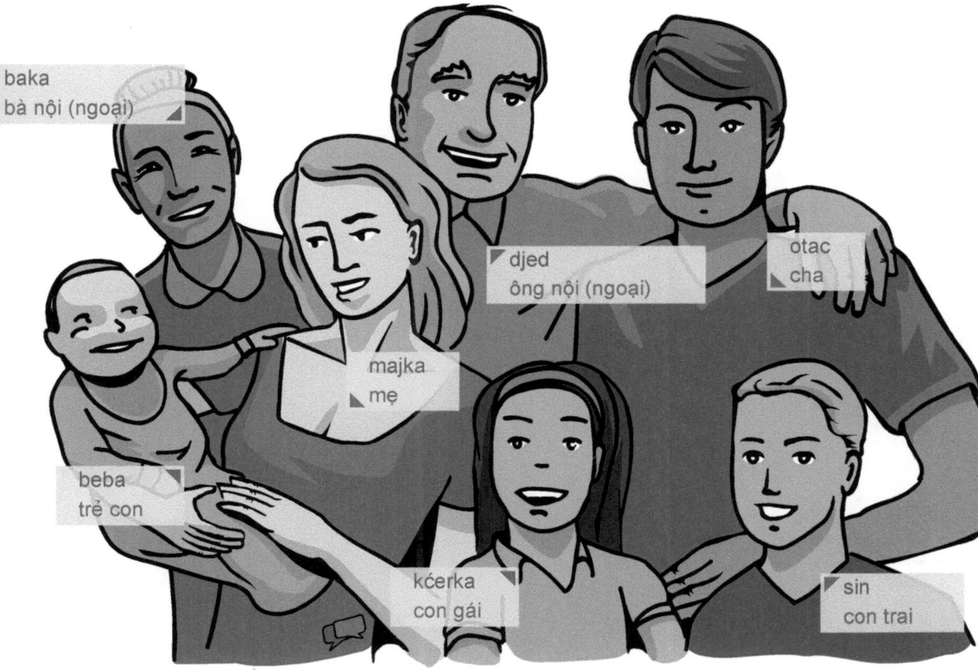
baka
bà nội (ngoại)
djed
ông nội (ngoại)
otac
cha
majka
mẹ
beba
trẻ con
kćerka
con gái
sin
con trai

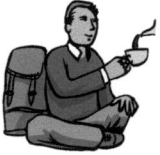

gost

khách

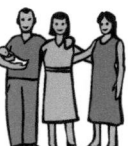

tetka

cô (dì)

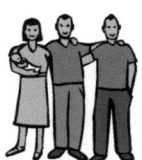

ujak, stric

chú, bác (cậu)

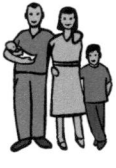

brat

anh (em) trai

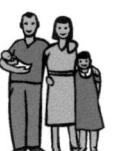

sestra

chị (em) gái

tijelo

cơ thể

čelo
trán
oko
mắt
lice
mặt
brada
cằm
grudi
ngực
prst
ngón tay
ruka
bàn tay
ruka
cánh tay
rame
vai
noga
chân

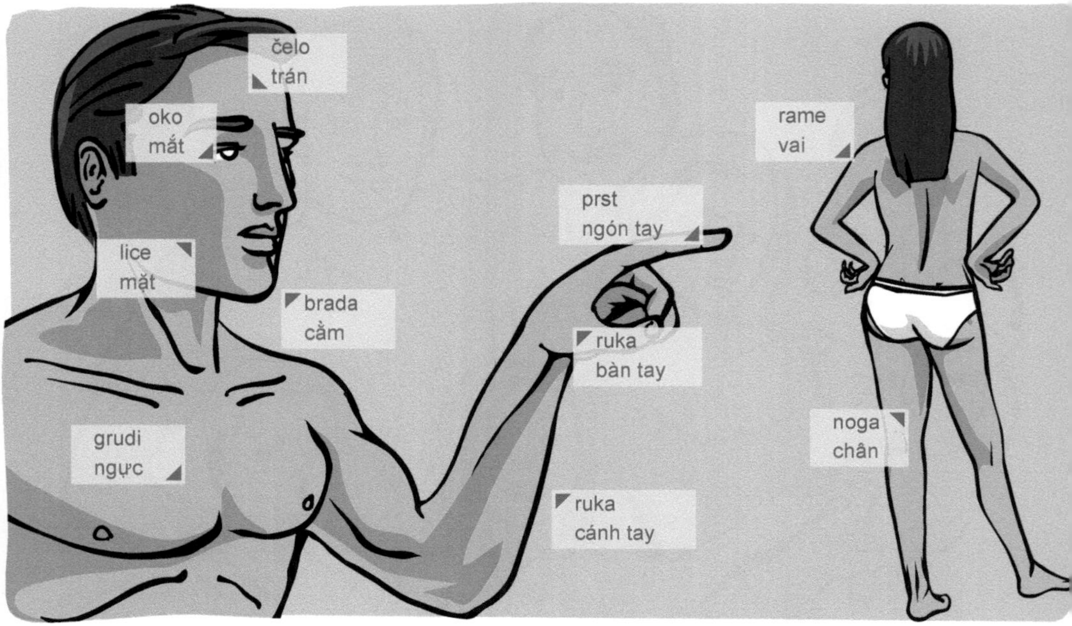

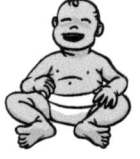

beba

trẻ con

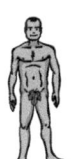

muškarac

đàn ông

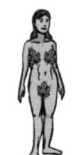

žena

phụ nữ

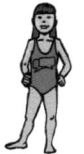

djevojčica

bé gái

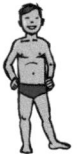

dječak

bé trai

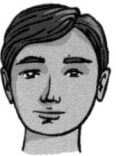

glava

đầu

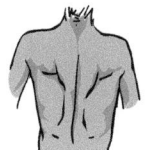

leđa

lưng

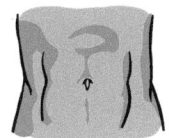

trbuh

bụng

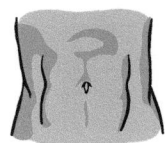

pupak

rốn

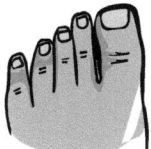

nožni prst

ngón chân

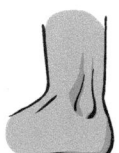

peta

gót chân

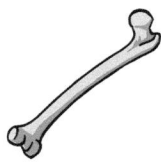

kost

xương

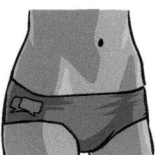

kuk

hông

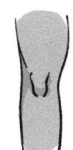

koljeno

đầu gối

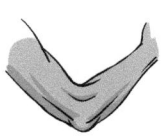

lakat

khuỷu tay

nos

mũi

stražnjica

mông

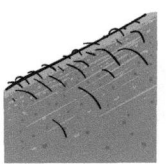

koža

da

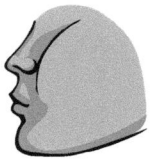

obraz

má

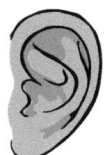

uho

tai

usna

môi

usta

miệng

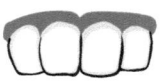

zub

răng

jezik

lưỡi

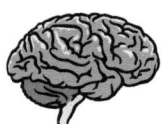

mozak

não

srce

tim

mišić

cơ bắp

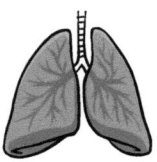

pluća

phổi

jetra

gan

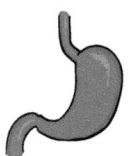

želudac

dạ dày

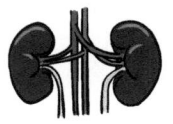

bubrezi

thận

snošaj

giao hợp

kondom

bao cao su

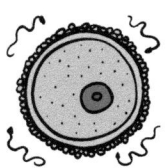

jajna stanica

noãn

sperma

tinh dịch

trudnoća

mang thai

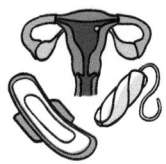

menstruacija

kinh nguyệt

vagina

âm vật

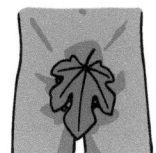

penis

dương vật

obrva

lông mày

kosa

tóc

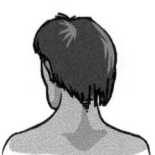

vrat

cổ

bolnica
bệnh viện

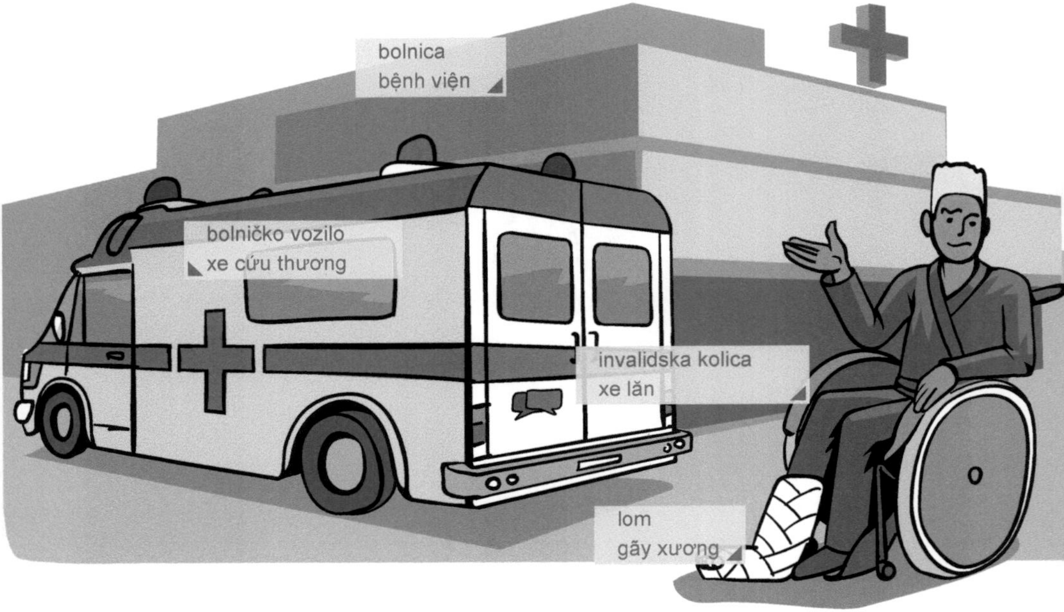

bolnica
bệnh viện
bolničko vozilo
xe cứu thương
invalidska kolica
xe lăn
lom
gãy xương

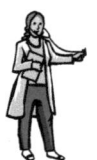

liječnik

bác sĩ

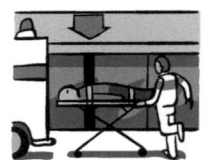

hitna medicinska služba

phòng cấp cứu

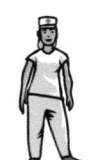

medicinska sestra

y tá

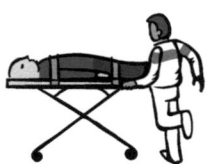

hitni slučaj

cấp cứu

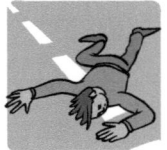

nesvijest

bất tỉnh

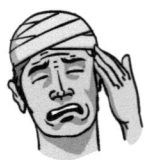

bol

cơn đau

ozljeda

bị thương

krvarenje

chảy máu

srćani infarkt

nhồi máu cơ tim

moždani udar

đột quỵ

alergija

dị ứng

kašalj

ho

groznica

sốt

gripa

cúm

proljev

tiêu chảy

glavobolja

đau đầu

rak

ung thư

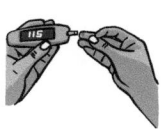

dijabetes

bệnh tiểu đường

kirurg

bác sĩ phẫu thuật

skalpel

dao mổ

operacija

giải phẫu

bolnica - bệnh viện

ct

chụp cắt lớp

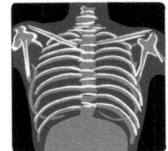

rentgen

chụp x-quang

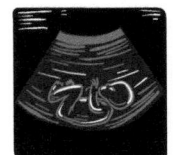

ultrazvuk

siêu âm

maska

mặt nạ

bolest

bệnh

čekaonica

phòng đợi

štaka

cái nạng

flaster

băng dán vết thương

zavoj

băng bó

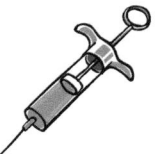

injekcija

tiêm thuốc

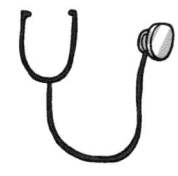

stetoskop

ống nghe khám bệnh

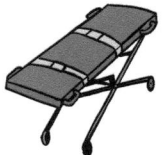

nosilo

băng ca

termometar

nhiệt kế

rođenje

sinh đẻ

prekomjerna težina

thừa cân

bolnica - bệnh viện

slušni aparat

máy trợ thính

sredstvo za dezinfekciju

chất khử trùng

infekcija

nhiễm trùng

virus

vi rút

hiv / sida

HIV / AIDS

medicina

thuốc

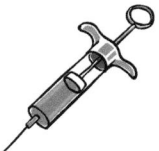

vakcinacija

tiêm chủng

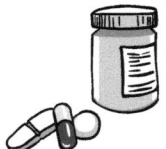

tablete

thuốc viên

pilula

viên thuốc

poziv u pomoć

gọi cấp cứu

uređaj za mjerenje tlaka

máy đo huyết áp

bolesno / zdravo

bệnh / khỏe mạnh

pomoć!

cứu!

alarm

báo động

nasrtaj

cuộc đột kích

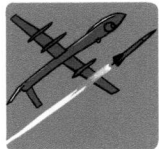

napad

sự tấn công

opasnost

mối nguy hiểm

izlaz za nuždu

lối thoát hiểm

požar!

cháy!

vatrogasni aparat

bình chữa cháy

nezgoda

tai nạn

kofer prve pomoći

bộ dụng cụ sơ cứu

sos

SOS

policija

cảnh sát

Europa

châu Âu

sjeverna amerika

Bắc Mỹ

južna amerika

Nam Mỹ

Afrika

châu Phi

Azija

châu Á

Australija

châu Úc

Atlantik

Đại Tây Dương

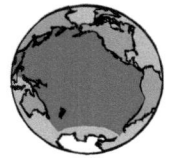

Pacifik

Thái Bình Dương

ocean

Ấn Độ Dương

antarktički ocean

Nam Cực Dương

arktički ocean

Bắc Băng Dương

sjeverni pol

bắc cực

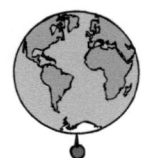

južni pol

nam cực

Antarktik

nam cực

zemlja

trái đất

zemlja

đất liền

more

biển

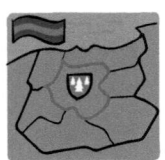

otok

đảo

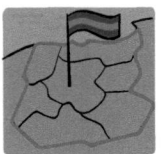

nacija

quốc gia

država

nhà nước

brojčanik sata

mặt đồng hồ

satna kazaljka

kim chỉ giờ

minutna kazaljka

kim chỉ phút

sekundna kazaljka

kim chỉ giây

Koliko je sati?

Bây giờ là mấy giờ?

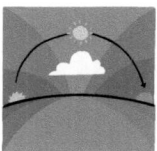

dan

ngày

vrijeme

thời gian

sada

bây giờ

digitalni sat

đồng hồ điện tử

minuta

phút

sat

giờ

ponedjeljak
thứ Hai

MO

W

srijeda
thứ Tư

FR

petak
thứ Sáu

TU

TH

SA

utorak
thứ Ba

subota
thứ Bảy

SO

četvrtak
thứ Năm

nedjelja
Chủ Nhật

jučer
hôm qua

danas
hôm nay

sutra
ngày mai

jutro
buổi sáng

podne
buổi trưa

večer
buổi tối

radni dani
ngày làm việc

vikend
cuối tuần

godina
năm

kiša
mưa
duga
cầu vồng
vjetar
gió
snijeg
tuyết
proljeće
mùa xuân
jesen
mùa thu
ljeto
mùa hè
zima
mùa đông

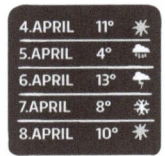

4.APRIL 11°
5.APRIL 4°
6.APRIL 13°
7.APRIL 8°
8.APRIL 10°

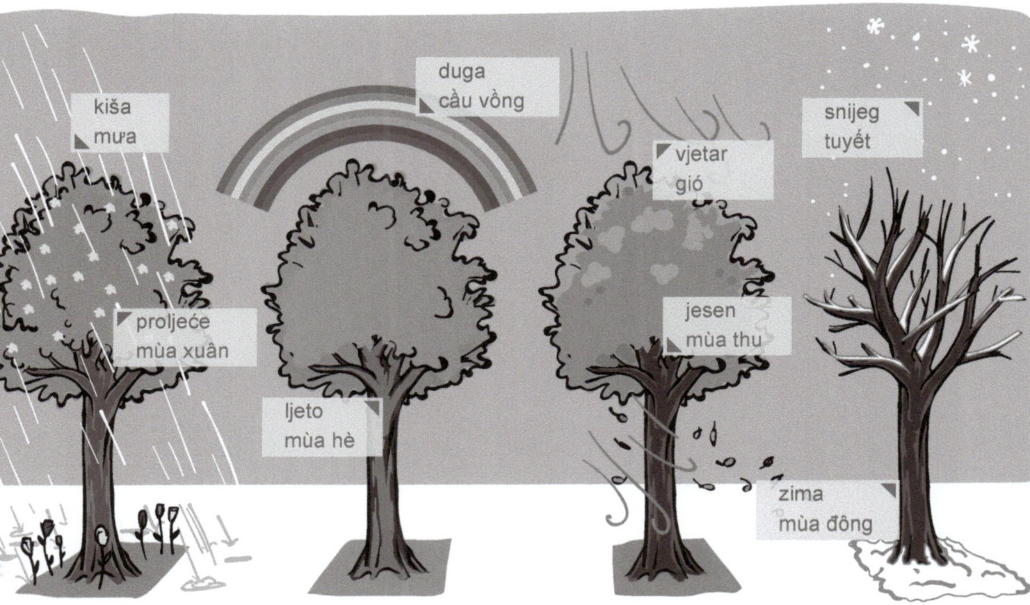

meteorološka prognoza

dự báo thời tiết

F C
120 90 60 30 0 -30
40 30 20 10 0 -10 -20

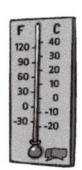

termometar

nhiệt kế

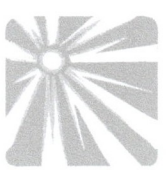

sunčana svjetlost

ánh nắng

oblak

mây

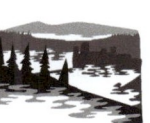

magla

sương mù

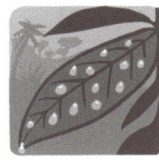

vlažnost zraka

độ ẩm không khí

munja

tia chớp

grmljavina

sấm sét

oluja

cơn bão

tuča

mưa đá

monsun

gió mùa

poplava

lũ lụt

led

nước đá

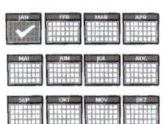

siječanj

tháng Một

veljača

tháng Hai

ožujak

tháng Ba

travanj

tháng Tư

svibanj

tháng Năm

lipanj

tháng Sáu

srpanj

tháng Bảy

kolovoz

tháng Tám

godina - năm

rujan
....
tháng Chín

listopad
....
tháng Mười

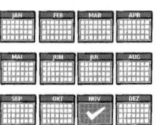

studeni
....
tháng Mười Một

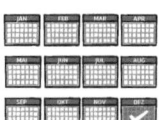

prosinac
....
tháng Mười Hai

oblici
hình dạng

krug
....
hình tròn

kvadrat
....
hình vuông

pravokutnik
....
hình chữ nhật

trokut
....
hình tam giác

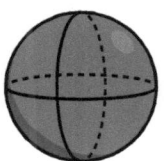

kugla
....
hình cầu

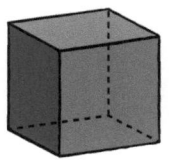

kocka
....
khối vuông

bijela

màu trắng

žuta

màu vàng

narančasta

màu cam

ružičasta

màu hồng

crvena

màu đỏ

ljubičasta

màu tím

plava

màu xanh dương

zelena

màu xanh lá cây

smeđa

màu nâu

siva

màu xám

crna

màu đen

mnogo / malo

nhiều / ít

ljutito / mirno

tức tối / điềm tĩnh

lijepo / ružno

xinh đẹp / xấu xí

početak / kraj

bắt đầu / kết thúc

veliko / maleno

to / nhỏ

svijetlo / tamno

sáng / tối

brat / sestra

anh (em) trai / chị (em) gái

čisto / prljavo

sạch / bẩn

potpuno / nepotpuno

đủ / thiếu

dan / noć

ngày / đêm

mrtvo / živo

chết / sống

široko / usko

rộng / chật hẹp

jestivo / nejestivo

ăn được / không ăn được

zlo / dobro

ác / tử tế

uzbuđeno / dosadno

hào hứng / chán nản

debelo / mršavo

béo / gầy

na početku / na kraju

đầu tiên / cuối cùng

prijatelj / neprijatelj

bạn / thù

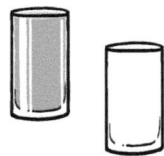

puno / prazno

đầy / rỗng

tvrdo / mekano

cứng / mềm

teško / lagano

nặng / nhẹ

glad / žeđ

đói / khát

bolesno / zdravo

bệnh / khỏe mạnh

ilegalno / legalno

bất hợp pháp / hợp pháp

pametno / glupo

thông minh / ngu

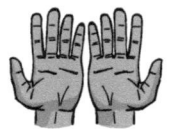

lijevo / desno

trái / phải

blizu / daleko

gần / xa

novo / rabljeno

mới / cũ

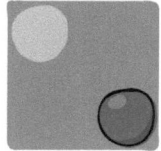

ništa / nešto

không có gì cả / có cái gì đó

staro / mlado

già / trẻ

uključeno / isključeno

bật / tắc

otvoreno / zatvoreno

mở / đóng

tiho / glasno

im lặng / ồn ào

bogato / siromašno

giàu / nghèo

točno / pogrešno

đúng / sai

hrapavo / glatko

sần sùi / mịn màng

tužno / sretno

buồn / vui

kratko / dugo

ngắn / dài

polako / brzo

chậm / nhanh

mokro / suho

ẩm ướt / khô ráo

toplo / hladno

ấm áp / mát mẻ

rat / mir

chiến tranh / hòa bình

0

nula

số không

1

jedan

một

2

dva

hai

3

tri

ba

4

četiri

bốn

5

pet

năm

6

šest

sáu

7

sedam

bảy

8

osam

tám

9

devet

chín

10

deset

mười

11

jedanaest

mười một

12
dvanaest

mười hai

13
trinaest

mười ba

14
četrnaest

mười bốn

15
petnaest

mười lăm

16
šestnaest

mười sáu

17
sedamnaest

mười bảy

18
osamnaest

mười tám

19
devetnaest

mười chín

20
dvadeset

hai mươi

100
stotinu

một trăm

1.000
tisuću

một ngàn

1.000.000
milijun

một triệu

engleski

tiếng Anh

američko engleski

tiếng Anh Mỹ

kinesko mandarinski

tiếng Quan Thoại

hindi

tiếng Hin-di

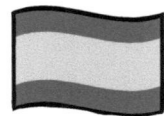

španjolski

tiếng Tây Ban Nha

francuski

tiếng Pháp

arapski

tiếng Ả-rập

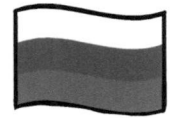

ruski

tiếng Nga

portugalski

tiếng Bồ Đào Nha

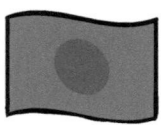

bengalski

tiếng Bengal

njemački

tiếng Đức

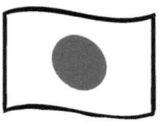

japanski

tiếng Nhật

ja

tôi

ti

bạn

on / ona / ono

anh ta / cô ta / nó

mi

chúng tôi

vi

các bạn

oni

họ

tko?

ai?

što?

cái gì?

kako?

như thế nào?

gdje?

ở đâu?

kada?

lúc nào?

ime

tên

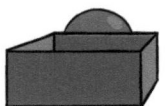

iza

phía sau

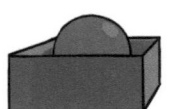

u

ở trong

ispred

phía trước

preko

phía trên

na

ở trên

ispod

ở dưới

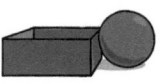

pored

bên cạnh

između

ở giữa

mjesto

chỗ